Milet Limited
Publishing & Distribution
PO Box 9916
London W14 OGS

First English-Vietnamese dual language edition published by Milet Limited in 1997

First English edition published in 1988 by André Deutsch Limited an imprint of Scholastic Limited, UK

Copyright © Helen Cowcher, 1988

ISBN 1 84059 022 X

Printed in Turkey

The right of Helen Cowcher to be identified as the author and illustrator of this work
has been asserted by her in accordance with the Copyright, Designs and Patents Act, 1988.

This dual language edition is distributed exclusively in North America by Pan Asian Publications (USA) Inc.,
29564 Union City Blvd., Union City, California  94587  USA.

# RAINFOREST
## Rừng Nhiệt Đới

HELEN COWCHER

Vietnamese translation by QUYNH GIAO NGUYEN

MILET
LONDON

**Many creatures dwell in the rain forest.
There are sloths, tapirs, anteaters,
and Blue Morpho butterflies.**

Sâu trong khu rừng nhiệt đới sống rất nhiều loại
động vật Trong đó có khỉ gấu, heo rừng,
động vật ăn kiến, và bướm xanh.

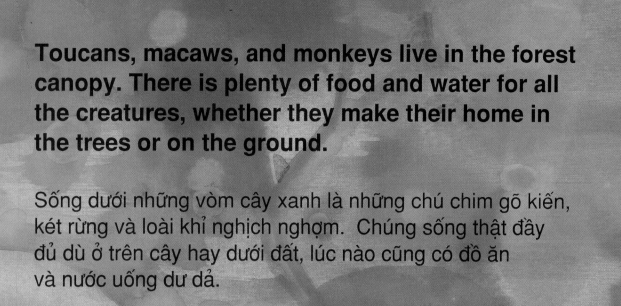

Toucans, macaws, and monkeys live in the forest canopy. There is plenty of food and water for all the creatures, whether they make their home in the trees or on the ground.

Sống dưới những vòm cây xanh là những chú chim gõ kiến, két rừng và loài khỉ nghịch ngợm.  Chúng sống thật đầy đủ dù ở trên cây hay dưới đất, lúc nào cũng có đồ ăn và nước uống dư dả.

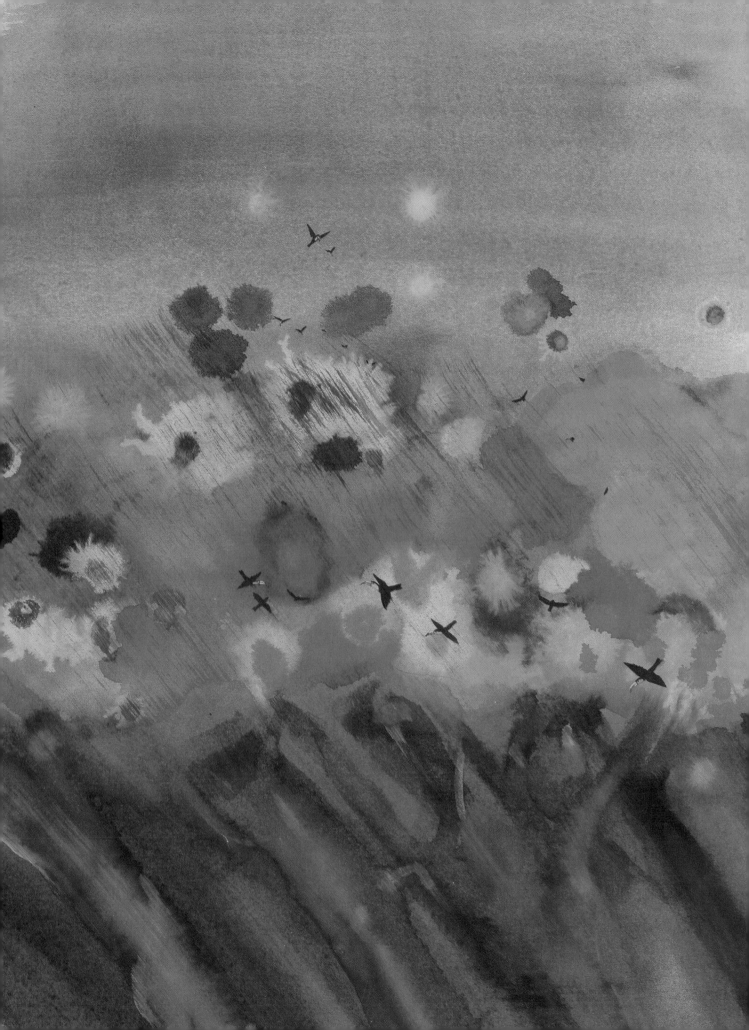

**One day, the forest stirred.**

Một ngày kia, khu rừng trở nên hỗn loạn.

**From afar, there came a terrible tale.**

Từ phương xa, một sự việc sợ hãi đang xảy đến

**The birds had lost their perches.**
**All the trees were falling down!**

Loài chim không nơi làm tổ.
Tất cả những cây rừng đều bị ngã đổ!

**Toucan heard this message with deep foreboding.**

Chim gõ kiến nghe tin với một niềm sợ hãi.

**Sloth also was worried. He felt rumblings in the forest.**

Với những tiếng cây đổ vang rừng.
Chú khỉ gấu cũng bắt đầu lo sợ.

A strange scent floated on the wind, causing the Blue Morpho butterflies to flutter higher among the treetops. The macaws, too, sensed something sinister in the air.

Một hương vị lạ phảng phất theo gió khiến những chú bướm rừng phải bay tít lên đỉnh cây cao ẩn núp. Những chú két rừng cũng cảm thấy được bầu không khí lạ.

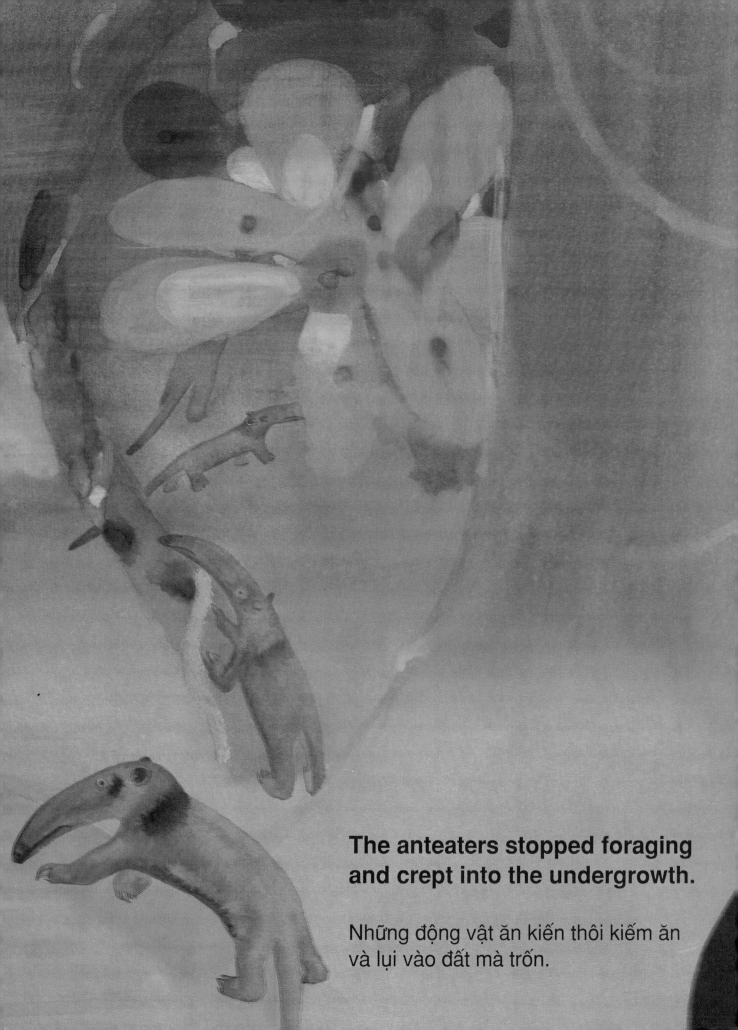

**The anteaters stopped foraging
and crept into the undergrowth.**

Những động vật ăn kiến thôi kiếm ăn
và lụi vào đất mà trốn.

**Tapirs trooped off into the shadows.**

Lũ heo rừng cũng kéo nhau chạy trốn sâu vào rừng.

**Howler monkey screeched a warning to his fellows. They heard him miles away.**

Tiếng kêu của những chú khỉ báo động chúng bạn vọng lại từ xa.

**Jaguar roared with fury and sped through the trees. The animals shuddered. Jaguar was the most powerful creature in the rain forest.**

Đến những chú beo là loài động vật can đảm nhất cũng gầm lên những tiếng kêu sợ hãi và chạy sâu vào trong rừng, làm náo động những động vật khác.

**But something even more powerful was threatening their world.**

Nhưng một sự đe dọa còn ghê gớm hơn đang xảy đến với chúng.

**Machines!**
**Cutting and spoiling!**

Máy cưa!
Chặt đứt và phá hủy!

**Jaguar heard a voice.
"Go to high ground,"
it said.
"Go to high ground."**

Bỗng chú beo nghe tiếng gọi.
"Chạy lên vùng đất cao,"
tiếng gọi vang lên.
"Chạy lên vùng đất cao."

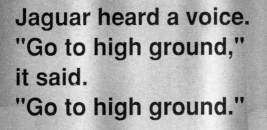

**The rains came as the animals made their way
higher and higher. Fear drove them on.**

Kinh hoàng và sợ hãi, tất cả loài động vật cùng nhau
chạy lên vùng đất cao và cùng lúc đó một cơn mưa lớn
ập đến.

**Then the floods came! There were no trees to hold the soil in place, so the river burst its banks. The Machine was washed away!**

Cả khu rừng bị lụt nước! Cây rừng đã bị cắt sạch không còn giữ đất được nữa khiến bờ đê của con sông vỡ tan. Tất cả những máy móc bị nước lụt cuốn trôi!

**But the creatures of the rain forest were safe.**

Nhưng tất cả loài động vật trong rừng đều sống sót.

The animals looked down on the swirling water, the broken tree trunks, and the muddy banks, and they wondered how long the tall trees would be there to guard them.

Loài động vật nhìn theo giòng nước cuốn cuồn cuộn mang theo mảnh vụn của những thân cây, và bờ đê sình lầy, chúng tiếc thương bao giờ cây rừng mới mọc cao được như trước để bảo vệ chúng.